தமிழ்நாட்டவரும் மேல்நாட்டவரும்

மறைமலையடிகள்

Title: Tamilnaatavarum Melnattavarum

Author: Maraimalai Adigal

Language: Tamil

First Published on: 1936

Year of Publication: 2024

Book Format: Paperback

*Page Size: 6inch * 9inch*

Category: Essays

Subject: Religious Essays

No. of pages: 36

ISBN: 978-81-988182-7-0

Published by: Nilan Publishers, Madurai, Tamilnadu, India

பொருளடக்கம்

குறிப்புகளுக்காக

தமிழ்நாட்டவரும் மேல்நாட்டவரும்

ஓம்

நம் தமிழ்நாட்டவர் பொருளையுந், தமிழ் நாட்டையடுத்துள்ள மற்றை இந்தியநாட்டவர் பொருளையும் மேல்நாட்டவர் பல வழியிற் கவர்ந்து செல்கின்றார் என்னுங் கூக்குரல் ஒலியும், அதனைத் தடை செய்து அந்நாட்டவரின் பொருள் இங்கேயே நிலைபெறுமாறு செய்தல் வேண்டின் அயல் நாட்டவர் இங்கே விலைப்படுத்தக் கொண்டு வரும் பண்டங்களை வாங்காது முற்ற ஒழித்தலே செயற்பாலதென்னும் ஆரவாரமும் நாடு எங்கும் பரவிப் பலவகைக் குழப்பங்களையும் பலவகை துன்பங்களையும் உயிரழிவு, பொருளழிவுகளையும் ஆங்காங்கு விளைத்து வருகின்றன. போர் அல்லலுக்கு இடமான இப்பிழைபாடான வழியிற் புகுந்து நம்மனோர் துன்புறாமல், அவர்களைப் பாதுகாத்தல் வேண்டியே, எமது அறிவுரையை இங்கெழுதுகின்றோம். இதனை நன்றாக ஆராய்ந்து பார்த்து, எமதுரை பொருந்துமாயின் அதனைக் கைப்பற்றி யொழுகி நம்மவர் நலப்படுவாராக!

முதலில் நம் நாட்டவர்பால் உள்ள பெருங்குறை என்னென்றால், எதனையும் ஆய்ந்து ஓய்ந்து பார்க்குங் குணம் இல்லாமையேயாம். ஒருவர் கல்வியறிவு ஆராய்ச்சியுடைய பெரியாராயிருந்தாலும், அவரைப் பத்துப்பேர் கொண்டாடா விட்டால் அவரை நம்மனோர் தாமுங் கொண்டாட மாட்டார்; அதுவேயுமன்றி, அவரைப் பத்துப் பேர் பொறாமையினாலோ, அல்லது வேறு காரணத்தாலோ இழித்துப் பேசக்கேட்டால், அது

தகுமா தகாதா என்று ஆய்ந்து பாராமல் தாமும் அவரை உடனே இழித்துப் பேசிவிடுவர்; அவர்க்குத் தீங்கும் இழைப்பர். இனி மற்றொருவர் கல்வி அறிவு ஆராய்ச்சிகள் சிறிம் இல்லாராயினும், அல்லது அவை சிறிதே உடையராயினும், பத்துப் பேர் அவர்பால் வைத்தப் பற்றினாலே அல்லது அவர்பால் தாம் பெறும் ஏதேனும் ஒரு பயன் குறித்தோ அவரைக் கொண்டாடுவாராயின், அவர் எதற்காக அவரைக் கொண்டாடுகின்றார், நாமும் அவரை ஏன் கொண்டாட வேண்டுமென்று சிறிதேனும் ஆராய்ந்து பாராமல் உடனே அவரைக் கண் கால் தெரியாமற் கொண்டாடி விடுவர்; அக் கொண்டாட்டத்தால் வருந் துன்பங்களையும் தாம் அடைவர். பெரும்பாலும் நம் நாட்டவர் உண்மையறிவு ஆராய்ச்சிகள் உடைய பெரியாரைக் கொண்டாடுவதும் இல்லை; அவரால் தாம் அடைதற்குரிய பெரும் பயன் அடைவதுமில்லை. வெளி மினுக்கும் வெற்றாரவாரமும் உடையாரைப் பின்பற்றித் தமது நலனையுந் தம் நாட்டவர் நலனையும் இழந்து விடுவதே அவர்க்கு இயற்கையாய்ப் படிந்துவிட்டது.

இனி, மேல்நாட்டவர்பால் உள்ள ஒரு பெருங் குணம் என்னவென்றால், எவர் எதைச் சொன்னாலும், எவர் எதை எழுதினாலும், அவ்வப்பொருளின் இயல்புகளைத் தம்மாலான மட்டுஞ் சோம்பாமலாராய்ந்து பார்த்து, எது தழுவத்தக்கதோ அதைத் தழுவுவர்; தழுவத்தகாததை விலக்குவர். வெறும் வெளிமினுக்கையும் வெற்றாரவாரத்தையும் கண்டு அவர் ஏமாந்து விடுவதில்லை. அறிவிலும் ஆராய்ச்சியிலுமே அவர்கள் தமது காலத்தைப் பயன்படுத்தி வருதலால், அவர்கள் பால் வீணான எண்ணங்களும் வீணான பேச்சுக்களும் நிகழ்வதில்லை. பிறர்பாற் குற்றங்கள் இருந்தாலும்

அவற்றை அவர்கள் ஆராய்வதில்லை; பிறர் பாலுள்ள குணங்களை மட்டும் ஆராய்ந்து, அவற்றுக்காக அவரைப் பாராட்டுவதுடன், அவரால் தாமும் உலகமும் பயன்படுதற்கான ஒழுக்கங்களெல்லாஞ் செய்வர். அதனால், மேல் நாட்டவரில் நற்குணமும் நல்லறிவும் நன்முயற்சியும் உடையவர்கள் சீருஞ் சிறப்பும் எய்தித் தாமுந்த தம்மைச் சேர்ந்தவரும் வறுமையும் கவலையும் இன்றி உயிர்வாழப் பெற்று, நாடோறும் ஆயிரக்கணக்கான புதுமைகளையும் ஆயிரக்கணக்கான பொறிகளையும் (இயந்திரங்களையும்) ஆயிரக்கணக்கான தொழிற்சாலைகளையும் ஆயிரக்கணக்கான கல்விச்சாலைகளையும் ஆயிரக்கணக்கான சொற்பொழிவு மண்டபங்களையும் ஆயிரக்கணக்கான கலையரங்குக் கழகங்களையும் இன்னும் இவை போல் நம் சொல்லளவில் அடங்காத பலப்பல நலன்களையும் தாமிருக்கும் நாடுகளிற் பரவச் செய்து வருவதோடு, தாஞ்செல்லும் பிற நாடுகளிலும் அந்நலன்களை யெல்லாம் பரப்பி வருகின்றனர்.

இனி, நம் நாட்டவர்களுக்கோ அறிவாராய்ச்சி யில்லாமையோடு ஒற்றுமைக் குணமும் இல்லை; பிறர்பால் அருள் இரக்கமும் இல்லை. தமக்குத் தம் மனைவிமக்களும் நெருங்கிய உறவினருமே உரியரெனவும், மற்றையொரெல்லாந் தமக்கு வேறானவரெனவுந் தாமுந்த் தம்மினித்தவ்ரும் நன்றாயிருத்தலே தமக்கு வேண்டும், தம்மவரல்லாத் பிறர் எக்கேடுகெட்டாலென்ன எத்தெருவே போனாலென்ன எனவும் நினைந்த்து பிறர் நலத்தைச் சிறிதுங் கருதாதவர்களாய் இருக்கின்றனர். தன்னலங் கருதும் இப்பொல்லாத எண்ணத்தால் இத் தமிழ் நாட்டவர்குட் பிரிந்திருக்கும் அளவிறந்த சாதிகளும்,

அவற்றால் விளைந்திருக்கும் அளவிறந்த வேற்றுமைகளுங் கணக்கிட்டுச் சொல்லல் இயலாது. நாலு பேர் ஒன்று சேர்வார்களானாற் சாதிப்பேச்சும்; பெண் கொடுக்கல் வாங்கலைப் பற்றிய பேச்சும்; அவன் சாதி கெட்டவன், அவனுக்கும் நமக்கும் உறவு கிடையாது, எங்க்ள சாதி உயர்ந்த்து, எங்கள் சாதியில் ஒடித்தாற் பால் வடியும், எங்களிற் பத்து வீட்டுக்காரர்களோடு தாம் நாங்கள் கலப்பது வழக்கம், மற்றவர்கள்கையில் தண்ணீர்கூட வாங்க மாட்டோம் என்னும் பேச்சும்; அதைவிட்டால் பொருள் தேடும் வகைகளைப் பற்றிய பேச்சும்; அதுவும் விட்டால் நமக்கு பொருள் சேருங் காலத்தைப் பற்றியும், மணம் ஆகும் நாளைப் பற்றியும், எந்த இடத்திற் போனாற் குறிகேட்கலாம்? எந்தத் தெய்வத்திற்கு ஆடு கோழி அறுத்தால் இவை கைகூடும்? மாரியைக் கும்பிடலாமா? மதுரைவீரனைக் கும்பிடலாமா? காளியைக் கும்பிடலாமா? கறுப்பண்ணனைக் கும்பிடலாமா? எசக்கியைக் கும்பிடலாமா? சுடலைமாடனைக் கும்பிடலாமா? என்னுஞ் சிறு தெய்வச் சிற்றுயிர்க் கொலைக் கொடும் பேச்சும்; தனக்குப் பகையானவனைப் பலவகையால் இழித்துத் தன்னைப் பலவகையால் உயர்த்துச் செருக்கிப் பேசும் பேச்சுமே எங்கும் எல்லாரும் பேசக் காண்கின்றோம். புகை வண்டிகளிலும் இந்தப் பேச்சே, கோயில்களிலும் இந்தப் பேச்சே, குளக்கரையிலும் இந்தப் பேச்சே.

இதைத்தவிர, நாம் எதற்காகப் பிறந்திருக்கின்றோம்? நாம் இப்பிறவியிற் செய்ய வேண்டுவன யாவை? நமக்கும் மற்ற விலங்குகளுக்கும் (மிருகங்களுக்கும்) உள்ள வேற்றுமை என்னை? நம்மையும் மற்ற எண்ணிறந்த உயிர்களையுந் தோற்றுவித்து யாது? இந்த உலகங்கள்

எதற்காகப் படைக்கப்பட்டிருக்கின்றன? இவைகளை யெல்லாம் படைத்த பேரறிவுப் பொருளின் நோக்கம் யாதாய் இருக்கலாம்? நாம் இறந்தபின் எந்த நிலையை யடைவோம்? பொருள் தேடுவதும், உண்பதும், உறங்குவதும், மருவுவதுந்தவிர, வேறு நாம் செய்யத்தக்கதும் தகாததும் இல்லையா? என்று இவ்வாறெல்லாம் எண்ணிப்பார்க்கத் தக்கவர்கள் நம்மில் நூறாயிரவரில் ஒருவரைக் கூடக் காண்பது அத்தி பூத்தாற்போல் இருக்கின்றதே!

ஆனால் மேல்நாட்டவர்களிலோ இவைகளை யெல்லாம் ஆராய்ந்து பார்ப்பவரும், ஆராய்ந்து எழுதுபவரும், ஆராயுங் கழகங்களும், அவர்களாலும் அக் கழகங்களாலும் எழுதி வெளியிடப்படுகின்ற நூல்களும், நாள் வெளியீடுகள் கிழமை வெளியீடுகள் திங்கள் வெளியீடுகளும், அவை தம்மைக் கற்பாரும் கற்பிப்பாரும், இவ்வகைகட்கெல்லாம் கோடிகோடியாகத் தமது பொருளை வழங்குவாரும் எண்ணிக்கையிலும் அடங்குதல் இல்லை. மேல்நாட்டவர்கள் பசியெடுத்த வேளையில் எந்த இடத்தில் எந்த உணவு கிடைக்கின்றதோ அங்கே அதனைப் பெற்று மகிழ்ச்சியோடு உண்பர்; தமது வாழ்க்கைத் துணைக்கு எந்த நாட்டில் எவர் இசைந்தவராய்த் தெளியப்படுகின்றனரோ, அவரை அங்கே மணந்துகொள்வர். உடம்பைப் பற்றிய இவ்விரண்டு குறைகளையும் இங்ஙனம் எளிதிலே நிரப்பிக்கொண்டு, அதற்குமேல் அவற்றில் தம் கருத்தைச் செலுத்தாமல், தம் அறிவு ஆராய்ச்சிகளை மேன்மேற் பெருக்குவதிலும், நாடோறும் புதிய புதிய ஆற்றல்களையும் புதிய புதிய பொறிகளையும் புதிய புதிய உண்மைகளையுங் கண்டு பிடிப்பதிலும்,

அவற்றைப் பயன் படுத்துவதிலுமே தமது கருத்தை ஓயாமற் செலுத்தி வருகின்றனர். மற்று, நம் நாட்டவரோ, மேலே காட்டியபடி, நிலையில்லாமல் அழிந்துபோகுந் தமது உடம்பைப் பற்றியும், அவ்வுடம்பால் வந்த தொடர்புகளைப் பற்றியுமே எந்நேரமும் பேசியும் நினைந்தும் வருவல்லாமல், என்றும் நிலையாக இருக்கத்தக்க தமது அறிவு விளக்கத்தைப் பற்றியாதல், தம் அன்பையும் அருளையும் வளர்க்குங் கடமைகளைப் பற்றியாதல் பேசியும் எண்ணியும் வரக் காண்கின்றோம் இல்லையே!

இன்னும், நமது வாழ்க்கைக்கு இன்றியமையாது வேண்டப்படுவன கல்விப் பொருளும் செல்வப்பொருளும் என்னும் இரண்டுமேயாகும். கல்விப் பொருளைப் பெற்றவர்கள், தமக்கும் பிறர்க்கும் நன்மையைத்தருந் துறைகளை ஆய்ந்து பார்த்துக் காலத்தின் நிலைக்கும் இடத்தின் நிலைக்கும் ஒத்த முயற்சிகளைச் சோம்பாது செய்வர்காளயின், அவர்கட்குச் செல்வப் பொருள் தானேவரும். வெறுஞ் செல்வம் மட்டும் தமது பழவினைப் பயத்தால் வாய்க்கப் பெற்றவர்கள் அங்ஙனங் கல்விப் பொருளை எளிதிலே பெற்றுக் கொள்ளுதல் இயலாது. மேலும் கல்விப் பொருள் என்றும் அழியாது; செல்வமோ சிலகாலத்தில் அழிந்துபோம்; கல்விப் பொருள் ஒருவனது அறிவைப் பற்றிக்கொண்டு எழுமை எழு பிறப்பும் அவனுககும் உற்ற துணையாய்ச் செல்லும்; செல்வமோ அதனை யுடையானுக்கு இந்தப் பிறவியிலேயே துணையாகாமற் பிறராற் கவரப்பட்டு, ஒரேவொருகால் அவனுயிரையுந் தொலைத்தற்கு ஏதுவாயிருக்கும். கல்விப் பொருள் இந்த உலகத்திலும், இங்குள்ள உயிர்களிலும் உள்ள வியப்பான உண்மைகளை விளங்கச் செய்வதுடன், இவற்றிற்கு

அருளுண்மைகளையும் விளங்கச் செய்து நமக்குப் பேரின்பத்தைத் தராநிற்கும்; செல்வப் பொருளோ தன்னையுடை யானைப் பெரும் பாலுந் தீயதுறைகளில் புகுத்திச், சில காலத்தில் அவன் சிற்றின்பத்தினையும் நுகரவொட்டாமல் அவனை நோய்வாய்ப்படுத்தி, அவனை விட்டு நீங்கி, அவனை விரைவில் மாய்க்கும். ஆகையாற் கல்விப் பொருள் சிறந்ததோ செல்வப் பொருள் சிறந்ததோ என்பதைச் சிறிது எண்ணிப் பாருங்கள்! கல்விப் பொருள் ஒன்றுமே நமக்கும் நம்மைச் சேர்ந்தார்க்கும் நலம் பயப்பதன்றிச் செல்வப் பொருள் அங்ஙனம் நலம் பயப்பதன்றிச் சிறிதுணர்வுடையார்க்கும் விளங்குமன்றோ? ஆகவே, கல்விப் பொருளின் பொருட்டுச் செல்வப் பொருளைப் பயன்படுத்த வேண்டுமே யல்லாமற், செல்வப் பொருளைப் பெறும் பொருட்டே கல்விப் பொருளைப் பயன்படுத்துதல் ஆகாது.

ஆனால், நம் நாட்டவர் நிலை எத்தன்மையதாயிருக்கின்ற தென்பதை எண்ணிப் பாருங்கள்! நம்மவரிற் பெரும்பாலார்க்குக் கல்வி கற்பதிற் சிறிதும் விருப்பமே யில்லை. கற்கவேண்டிய கட்டாயத்தில் உள்ளவர்களுந் தமிழ் எழுதப் படிக்கத் தெரிந்தாற் போதுமென்றும், அதுவும் வேண்டாங் கையெழுத்துப் போடத் தெரிந்தாற் போதுமென்றும் எண்ணி அங்ஙனமே நடப்பவர்களாய் இருக்கின்றார்கள். இன்னும் பலர், "தமிழ்ப் படித்து என்ன வாரிக் கொள்ளப் போகின்றான்? படியாதவர்களில் எத்தனையோ பேர் பொருள்தேடிச் செல்வர்களா யில்லையா? என்று வாய் கூசாது பேசிப் போகின்றனர். இன்னும் பலர், "ஆங்கிலம் படித்தாலும் பெரிய வேலை கிடைக்கும்; ஆங்கிலம் படித்துப் பட்டம் வாங்கின மாப்பிள்ளைக்கு ஐயாயிரம் பத்தாயிரத்துடன் பெண்

கிடைக்கும்" என்று எண்ணுவதுஞ் சொல்லுவதுஞ் செய்து, இவைகளுக்காகவே தம் மக்களை ஆங்கிலம் பயிலச் செய்கின்றார்கள்.

துவக்கத்திலிருந்தே இந்த எண்ணத்தோடு ஆங்கிலங் கற்கின்ற பிள்ளைகள், அதனில் தேர்ச்சி பெற்றுப் பட்டங்கள் வாங்கினவர்களாய் வெளிவந்தவுடன், பொருள் வருவாய்க்கு இசைந்த வேலைகளைப் பெறுவதிற் கண்ணுங் கருத்தும் உடையராகின்றார்களே யல்லாமல், மேலும் மேலும் கல்வியறிவைப் பெருக்க வேண்டுமென்னும் எண்ணம் உடையராகக் காணப்படவில்லை. அரசியற்றுறைகளிலோ, நீராவி நிலையங்களிலோ, ஆங்கி வணிகர்தந் தொழிற்சாலைகளிலோ, இன்னும் இவைபோன்ற பிறவற்றிலோ பெரிய பெரிய அலுவல்களில் அமர்ந்து பிறர்க்கு ஊழியஞ்செய்து பொருள் ஈட்டுவதிலேயே பெருமுயற்சி யுடையவர்களாய் இருக்கின்றார்கள். இவ்வலுவர்களைப் பெறும் பொருட்டு, அவற்றிற்குத் தலைவர்களா யிருப்பவர்கள் கேட்கும் அளவெல்லாந் தாழ்ந்து கைக்கூலியுங் கொடுகிக்கின்றார்கள். அதுமட்டோ, அத்தலைவர்கள் விரும்புகிறபடி யெல்லாம் மானக்கேடான செயல்களைச் செய்வதற்கும் முன் நின்கின்றார்கள்! பொருள் வருவாயையுந் தலைமையையுமே பெரியவாக நினைத்து, இவ்வாறெல்லாம் பெரும்பாடுபட்டுத் தாம் விரும்பிய வேலைகளை அடைந்த பிறகாவது, இவர்கள் எண்ணம் கல்விப் பயிற்சியிலுங் கடவுள் வழிபாட்டிலும் பிறர்க்குதவி செய்வதிலும் நாட்டுக்கு நலந் தேடுவதிலுந் திருப்புகின்றதோ வென்றால், இல்லை, இல்லை. தாமிருக்கும் வேலையினளவிற்கு வருஞ் சம்பளத்தில் மனநிறைவு பெறாமல், தாம் தமக்கு மேலுள்ளவர்கட்குக்

கைக்கூலி கொடுத்தது போலவே, தாமுந் தமக்குக் கீழுள்ளவர்பாலுந், தமது தலைமைக்குக் கீழ் அடங்கி நடக்கும் ஏழை யெளிவர்கள் பாலுமிருந்து ஓயாமற் கைக்கூலி வாங்கின வண்ணமாயிருக்கின்றார்கள்.

அங்ஙனம் ஏழை எளியவர்கள் அழஅழ அவர்கள் வயிற்றில் அடித்துச் சேர்க்கும் பொருளையாவது அவர்கள் நல்வழியிற் செலவு செய்கிறார்களோ வென்றால் அதுவுமில்லை. இரப்பவர்க்கு ஒரு கைமுகந்த அரிசி தானுந் கொடுக்க இசையார்; கற்பவர்க்குங் கற்றவர்க்கும் ஒரு காசு தானுங் கொடார். மற்றும், தம் மனைவி மக்கட்குநப் பொற் சரிகை பின்னிய பட்டாடைகள் வாங்கிக் கொடுப்பதிலும், வைரம் இழைத்த உயர்ந்த அணிகலன்கள் செய்வித்து அணிவதிலும், அவர்கள் புழங்குதற்குப் பொன் வெள்ளிகளிற் சமைத்த ஏனங்கள் வாங்கிச் சேர்ப்பதிலும், அவர்களுந் தாமும் ஏறி ஊர் சுற்றுவதற்குக் குதிரை வண்டிகள், இவற்றினும் விலையுயர்ந்த உந்துவண்டிகள் *(motor cars)* அமைத்துக் கொள்வதிலும், நாடகசாலைகள் குதிரைப் பந்தயங்கள் வட்டக்காட்சிகள் *(circus)* சென்று காண்பதிலும், இன்னும் இவைபோன்ற வெற்றாரவாரங்களிலுமாகத் தாம் ஏழைக் குடிமக்களிடமிருந்து பகற் கொள்ளையடித்த பெருந்தொகையான பொருளைச் செலவு செய்து விடுகின்றார்கள். இன்னும் பலர், சாராயங் குடித்தும், ஊன் தின்றும், வேசியரை மருவியும் அப்பொருளைப் பாழாக்குகின்றார்கள். மற்றும பலர் அப் பொருளைக் கடன் கொடுத்து வட்டி மேல் வட்டி வாங்கியும், அம் முகத்தால் ஏழை எளியவர்களின் நிலங்கள் வீடுகள் பண்டங்களைக் கவர்ந்துத் தமது பொருளை ஆயிரம்

நூறாயிரங் கோடி என்னும் பேரளவாகப் பெருக்குவதிலேயே முனைந்து நிற்கின்றார்கள்.

இவ்வாறாக, ஆங்கிலக் கற்கும் இந்நாட்டவர் எந்த இனத்தைச் சேர்ந்தவரா யிருந்தாலும், அவர் எல்லாம் மேலும் மேலும் பொருள் சேர்ப்பதற்கே தாங் கற்ற கல்வியைக் கருவியாக்கி, ஏழைக் குடிமக்களைப் பாழாக்குகின்றார்கள். இந்நிலையிற் பார்ப்பனரும் பார்ப்பனரல்லாதாரும் ஒத்தவர்களாகவே யிருக்கின்றார்கள். தந்நலந் தேடுவதிலேயே நாட்டம் வைத்திருக்கும் இவர்கள், அவைக் களங்களில் மேடைமேலேறிப் பேசும்போதுமட்டும் ஏழை மக்களுக்காகக் கண்ணீர்விட்டுக் கதறுகின்றார்கள்! இஃது எதனை ஒத்திருக்கிறதென்றால், "ஆடு நனைகிறதேயெறு ஓநாய் குந்தி யழுததையே" ஒத்திருக்கின்றது. மேடை மேல் இவ்வளவு இரக்கங்காட்டிப் பேசிய அவர்கள் வீட்டுக்கு, ஏழையிரவலர்கள் சென்றால் அவர்களை ஏசித் துரத்துகின்றார்கள். இந்த வகையிற் பார்ப்பனரை விடப் பார்ப்பன ரல்லாதாரே மிகக் கொடியராயிருக்கின்றார்கள். யாங்ஙனமென்றால், உயர்ந்த நிலைகளிலுள்ள பார்ப்பனர்கள், தம்மினத்தவரல்லாதார்க்கு ஏதோருதவி யுஞ் செய்யாவிடினுந், தம்மினத்தவர்களில் ஏழைகளாயிருப்பவர்க்கு எல்லாவகையான உதவியுஞ் செய்யக் காண்கின்றோம் மற்றும், பார்ப்பனரல்லாதாரில் உயர்நிலை களிலிருப்பவர்களோ ஏழைக்குடிகட்கு ஏதொரு நன்மையுஞ் செய்யக் காண்கிலேம்; நன்மை செய்யாதொழியினுந் தீமையேனுஞ் செய்யாதிருக்கின்றார்களோ வென்றால், அப்படியுமில்லை; எளியவர்களைத் துன்புறுத்தியும், அவர்கள் பொருளைத் "தோலிருக்கச் சுளை

விழுங்குவது" போல் விழுங்கியும் வந்தாற்றானே, தாம் வல்லாண்மை வாழ்க்கை செலுத்தலாம்!

செல்வர்களால் துன்புறுத்தப்பட்டு நடுநிலை மன்றங்களில் முறையிடச் செல்லும் எத்தனை எளிய மக்கள், தாம் நடுவர்க்குக் கைக்கூலி கொடுக்க இடமில்லாமையின், அங்கும் நடுவிழந்து ஓலமிட்டு அழுகின்றார்கள்! ஓர் ஆங்கிலர் நடுவராயிருப்பின், அவரால் எத்திறத்தவரும் முறையாக வழக்குத் தீர்க்கப்பட்டுத் தங்குறை தீர்க்கின்றனர். நம் நாட்டவர் அந்நிலையில் இருப்பிற் பெரும்பாலும் அவரால் நடுவாக வழக்குத் தீர்க்கப்படுதல் இல்லை; அவர்க்குக் கைக்கூலி கொடுப்பார் பக்கமே வழக்கு நன்றாய் முடிகின்றது. இதனினும் பெருங் கொடுமை யாதிருக்கின்றது! காவலாக இட்ட வேலியே பயிரைத் தின்றால் பயிர் விளைவதெப்படி?

இங்ஙனம் பொருளையே பெரிதாய் நினைந்து நடுவு தவறி எளியவர்களை வருத்திப் பொருள் சேர்க்கும் ஆங்கிலங் கற்ற நம்மனோர், பார்ப்பனரல்லாத நம்மனோர்க்கு இவ்வாறெல்லாந் தீங்கிழைப்பினும், பார்ப்பனர் காலில் விழுவதற்கும் அவர்க்குத் தாம் சேர்த்த பொருளை மிகுதியாக வழங்குவதற்கும் மட்டும் அவர்கள் சிறிதும் பின்வாங்குகின்றாரில்லை. இவர்கள் ஆங்கிலங் கற்றது வயிற்றுப்பிழைப்பிற்கும் பெருமைக்குமே யல்லாமல் ஆங்கிலத்துள்ள விழுமிய அறிவாராய்ச்சியைப் பெறுதற்கு அன்றாகையால், இவர்கள் தம் வீட்டிலுள்ள அறிவில்லாப் பேதைகளான தம் சுற்றத்தார் ஆராய்ச்சியில்லாப் பேதைகளான தம் சுற்றத்தார் சொல்லுக்குங் கட்டுப்பட்டவர்களாகித் தம் இல்லத்தில் நடக்கும் ஒவ்வொரு சடங்கிற்கும்

பார்ப்பனர்களை வரவழைத்து, அவர்க்கு அவர் வேண்டிய பொருளை வழங்கி அவர் காலிலும் விழுகின்றார்கள்! ஒருவேளை நல்ல சோறுகூடக் கிடையாமற் பட்டினியும் பசியுமாய்க் கிடந்து வாடி வதங்கும் ஏழைகள் முகத்தை ஏறெடுத்தும் பாராமற், பேதைமை வயப்பட்டு, வறுமையறியாத பார்ப்பனடர்க்கும், ஆரவாரக் கொண்டாட்டுகட்குஞ், சிறு தெய்வ வெறியாட்கட்கும், அழிவழக்குகட்குந் தமது பொருளைக் கணக்கின்றிச் செலவிடும் நம்மனோரின் நிலை, எண்ணுந்தோறும் நடுக்கத்தை விளைவிக்கின்றது!

இனி, ஆங்கிலமாவது தமிழாவது கல்லாதிருந்தும், பழைய நல்வினைப் பயனாற் பெருஞ் செல்வர்களாகவுஞ், சிற்றர்சர்களாகவும் வாழ்வார் நம்நாட்டிற் பெருநதொகை யாய் இருக்கின்றனர். இவர்களுடைய செல்வச் செருக்கையும், இவர்கள் தங்கீழ் உள்ள ஏழைமக்கட்குச் செய்யுங் கொடுமைகளையுங் நாம் எண்ணிப் பார்ப்போமானால், நமதுள்ளம் இன்னும் மிகுதியாய் நடுங்கா நிற்கும். செல்வர்கள் இல்லங்களில் இருக்கும் பொற்சரிகை பின்னிய பட்டாடைகளிலும், அவர்களும் அவர்களின் மாதரும் அணிந்து கொள்ளுங் கல்லிழைத்த நகைகளிலும், அவர்கள் புழங்கும் பொன் வெள்ளி ஏனங்களிலும், அவர்கள் ஏறிச் செல்லும் ஊர்திகளிலும், இன்னும் இவை போன்ற வெளி மினுக்குகளிலும் அவர்கள் செலவு செய்திருக்கும் பொருளைக் கண்க்கிடப் புகுந்தால் அவை நூறாயிரக் கணக்காயிருக்கும்.

இனிச் சிற்றரசர்களாகிய ஜமீன்தார்களின் அரண்மனைகளிலும் இங்ஙனமே ஆடைகளிலும் அணிகலங்கள் முதலியவற்றிலும் மடங்கி வறிதே

கிடக்குஞ் செல்வப் பொருளைக் கணக்கிடப் புகுந்தால், அவை கணக்கில் அடங்கா.

இங்ஙனமே சைவ வைணவ சுமார்த்த மாத்துவ மடங்களில் ஏதொரு நற்பயனுமின்றி அடங்கிக் கிடந்து மங்கும் பெரும் பொருட்டிரளுங் கணக்கில் அடங்கா.

இவ்வாறெல்லாம் இவர்கள் கையில் முடங்கிக் கிடந்து அவியும் பெரும் பொருட் குவியல்களெல்லாம் இவர்கள் விட்டு நீங்கிப், பொதுமக்கட்குப் பயன்படும் நிலைமையை யடையுமானால், இவ் விந்திய நாட்டில் வறுமையும் நோயும் அறியாமையுந் தலைக்காட்டுமா? இப் பெரும் பொருள் கொண்டு நூறாயிரக்கணக்கான கல்விச் சாலைகளை நாடெங்குந் திறப்பிக்கலாம். மிக வறியராயிருப்பவர்கட்கு அவர் வறுமை நீங்கும் மட்டும் உணவுகொடுக்கும் அறச்சாலைகள் எங்கும் அமைக்கலாம். ஏழை எளிய பிள்ளைகட்கு உண்டியும் உடையும் நூல்களும் வாங்கிக் கொடுத்துச் சம்பளம் வாங்காமற் கல்வி கற்பிக்கலாம். உழவுத்தொழில் கைத்தொழில்களை அறிவராய்ச்சிகளோடு செய்து, இப்போது பெறும் பயனிலும் நூறு மடங்கு ஆயிரம் மடங்கு மிகுதியான பயனைப் பெறலாம். வாணிகத்திற் பொய்யும் புரட்டுங் கலவாமல் அதனை நேர்மையோடு செய்து பேரூதியத்தை யடையச் செய்யலாம். இவை மட்டுமோ, இந்தியர்கள் தாமே தமது பொருள் கொண்டு புகைவண்டித் தொடர்கள், மின் வண்டிகள், வானவூர்திகள் முதலியன வெல்லாம் அமைத்துக் கொள்ளலாம். நீர்வளமில்லாத நாடு நகரங்களுக்குக் குளங்கள் கூவல்கள் நீர்ப்பீலிகள் எடுப்பிக்கலாம். பொதுமக்கட்கு அறிவு ஊட்டுங் கழகங்கள் நிலைபெறுத்தி, அவற்றிற் கலைவல்ல அறிஞர்களை

அமர்த்தலாம்; அவர்கள் கடவுளைப் பற்றியும் உயிர்களைப் பற்றியும் உலகங்களைப் பற்றியும் உலகியற் பொருள்களைபு பற்றியுங் குழாங்கொண்டு ஆராய்ந்து அறிவு பெறுதற்குக் கலையாராய்ச்சி மன்றங்கள் நிறுவலாம்; அவர்கள் ஆராய்ந்தெழுதும் நூல்களுக்குத் தக்கபடி பொருளுதவி புரிந்து, அவற்றை அச்சிட்டு நாடெங்கும் பரப்பலாம். ஆண்டுகடோறும் பன்னூறாயிரக் கணக்காய் மக்களுயிரைக் கொள்ளைகொண்டு போகுங் கொடிய நோய்களை வராமற் றடைசெய்து மக்கள் வாழ்நாளை நீளச்செய்து அவரறிவு வளர்ச்சிக்குப் பெருந்துணை செய்யும் மருத்துவக் கழகங்கள் எங்கும் அமைக்கலாம். எல்லா உயிர்களையுந் தோற்றுவித்து உயிர்கட்கு ஓயாமற் பேருதவி செய்து வரும் ஒரே முழுமுதற் கடவுளான ஒரு பெருந் தந்தையை அறியாமற், பிறந்து பெருந்துன்பப்பட்டு இறந்த மக்களையும், மக்களினுந் தாழ்ந்த சிற்றுயிர்களையுந் தெய்வங்களாக நினைத்து வணங்கும் பெருங் குற்றஞ் செய்வதொடு, வாயற்ற தீங்கற்ற ஏழையுயிர்களாகிய ஆடு மாடு கோழி முதலியனவைகளைத் துடிதுடிக்க அறுத்து, அவற்றை அத் தெய்வங்களுக்குப் பலியாக ஓட்டி மீளா நரகத்திற்கு ஆளாகும் நம் பொதுமக்களை அத் தீமையினிறு விடுவிக்கலாம். சாதியென்றுங் குலமென்றும் வரையறுத்துக்கொண்டு சிறுவர் சிறுமிகளை அளவிறந்த துயரக் கடலில் அமிழ்த்தி வரும் கொடிய செயல்களை யொழித்து, அறவிவும் நற்குணமும் நற்செயலும் அன்பும் உடையாரை ஏதொரு வேற்றுமையும் இன்றி ஒருங்குகூட்டி வாழச் செய்யும் மக்கட் கூட்டுறவு மன்றங்கள் *(Social Service Leagues)* எங்கும் நிலை பெறுத்தலாம். ஒரு முழுமுதற் கடவுளை எல்லாருந் தடையின்றிச் சென்று வழிபட்டு மகிழுந்

திருக்கோயில்கள் எங்கும் எடுப்பிக்கலாம். இன்னும் நம் மக்களின் இம்மை மறுமை வாழ்க்கைக்கு இன்றியமையாது வேண்டிய இன்னும் எத்தனையோ உயர்ந்த ஏற்பாடுகளை யெல்லாம் செய்விக்கலாம்! இவ்வளவி நலங்களுக்கும் பயன்படுதற்குரிய கோடி கோடியான பெரும்பொருட் குவியல்கள், நம் நாட்டுச் செல்வர்களிடத்துஞ் சிற்றரசர்களிடத்தும் அரசர்களிடத்தும் மடத்தலைவர்களிடத்துஞ் சிறிதும் பிறர்க்குப் பயன்படாத வாறாய் மடங்கி மங்கிக் கிடக்கையில் அப்பொருட்டிரளை அவர்கள்பால் நின்றும் விடுவித்துப், பொதுமக்கட்குப் பய்னபடுத்துந் துறையில் இறங்கி முயலாமல், நம் நாட்டுத் தலைவர்கள் "நம் நாட்டுப் பொருள் மேல்நாட்டிற்குப் போய்விடுகின்றதே!" என்று சொல்லி, ஆராய்ச்சியறிவு சிறிதுமில்லாத, சாதி வேற்றுமை சமய வேற்றுமைப் படுகுழியினின்றும் ஏற விருப்பமில்லாத நம் இந்திய மக்களை வீணே கிளப்பிவிட்டு, இந்நாட்டுக்குப் பலவாற்றாற் பெருந்தீமைகளை உண்டுபண்ணுதல் நன்றாகுமா? என்பதனை எண்ணிப் பாருங்கள்; நம் நாட்டவர் கையில் பொருள் கிடைத்தால் அது நம் பொது மக்கட்குப் பயன்படப்போவதில்லை! நகைக்கும், துணிக்கும், ஊர்திகட்குஞ் சாதியறுமாப்பு சமய இருமாப்களைப் பெருக்குதற்கும், ஏழை எளியவர்களைக் கொடுமையாக நடத்துதற்குந், தீயவொழுக்கங்களை மிகுதி செய்தற்கும், பார்ப்பனர்க்குக் கொடுத்தற்கும், ஆங்கி மருத்துவஞ் செய்வார் செலவிற்கும், அழிவழக்காடுதற்கும், இன்னும் இவைபோன்ற தீயவற்றிற்குந்தாம் அவரது பொருள் பயன்படும்; அல்லது அவர் பொருள்மேற்பொருள் சேர்த்து வைத்துவிட்டுச் சாகப் பின்வந்தோர் அவற்றையழித்துப் பாழாக்குதற்கே பயன்படும்! இவைகளைத் தவிர

வேறெந்த நல்ல துறையிலாயினும் நம் செல்வர்கள் தமது பொருளை மனம் உவந்து பயன்படுத்தக் கண்டதுண்டோ சொல்லுங்கள்!

மற்று, நமக்குப் புறம்பான மேல்நாட்டவர் கையிற் பொருள் சேர்ந்தால் அஃது எத்துணை நல்ல துறைகளிற் சென்று பயன்பட்டு, உலகத்திற் பரந்து விரிந்திருக்கும் எல்லா வகையினரான மக்களையும் இன்ப அறிவு வாழ்க் கையில் வாழச் செய்கின்ற தென்பதைச் சிறிதுணர்ந்து பாருங்கள், மேல்நாட்டவர் ஒரே முழுமுதற் கடவுளை வணங்குவதோடு, அவ்வொரு கடவுளை வணங்காமல் இறந்துபோன உயிர்களையும், மரங்கள் விலங்குகள் கட்டைகள் கற்கள் முதலானவைகளையும் அறியாமையால் வணங்கிப் பிழைபடும் ஏனைத் தேயமக்களிடத்து இரக்கமு முடையவர்களாய்க், கோடிகோடியாகத் தமது பொருளைச் செலவு செய்து, கல்வி அறிவு ஆராய்ச்சியிற் சிறந்த தம் குருமார்களை நூறாயிரக்கணக்காய் அத்தேயங்களுக் கெல்லாம் அனுப்பி, ஆங்காங்குள்ள மக்களுக்குச் சமய அறிவையும் புகட்டி வருகின்றார்கள். இங்ஙனம் மேல் நாட்டவர் மற்றைக் கலையறிவுகளுடன் சமய அறிவிலுந் தாம் மேம்பட்டு விளங்குவதோடு, மற்றை நாட்டவரும் அதிற் சிறந்து விளங்க வேண்டுமென்னும் பேரிரக்கமு முடையவர்களாய், அதற்கென்று தமது பொருளைக் கணக்கில்லாமற் செலவு செய்து வருதல் போல நம் நாட்டவர் தமக்கேனும், பிறர்க்கேனும் அங்ஙனஞ் செய்யக் கண்டதுண்டா? நம் நாட்டிலுள்ளவர் ஓரினத்தவர் தமது சமயக் கல்விக்கேனுந், தம்மோடு உடன் உறையும் மற்றையினத்தவர் சமயக் கல்விக்கேனும் ஒரு காசாயினுஞ் செலவு செய்யக் கண்டதுண்டோ? அது மட்டுமா! ஒரு சில இனங்களைச்

சேர்ந்தவர்கள் தாம் வணங்குங் கோயில்களில், தம்மோடு ஓர் ஊரில் ஒருங்கு உறையும் வேறுசில இனத்தவர்களை உள்ளே நுழையவிடாமற் கிட்ட அணுகினால் அவர்களை வெட்டிச் சாய்க்கின்றார்களே! இவர்கள் தாமா ஒரு நாட்டவர்? இவர்கள் தாமா அருளொழுக்கத்திற் சிறந்தவர்களாக நூல்களிற் புலனாகுஞ் சைவ்வைணவ சமயாசிரியர் மரபில் வந்தவர்கள்! இத் தமிழ் நாட்டில் இவ்வொருசில இனத்தார்க்குள்ள இறுமாப்பும் மனக்காழ்ப்புங் கொடுமையும் வேறெங்கேனும் இருக்கக் கண்டதுண்டோ? இத்தகையவர்கள் கையிற் பொருள் மிகுதியாய்ச் சேர்வது எதற்கு? அவர்களின் கொழுப்பையுங் காழ்ப்பையுங் கொடுமையையும் மிகுதிப்படுத்துதற்கன்றோ? இக் கொடியவர்கள் கையைவிட்டு நீங்கி அப்பொருள் மேல் நாட்டவர் கையை அடைந்தால், அதனால் உலகிற்கு நன்மையே விளையுமல்லாது தீமை சிறிதும் உண்டாகாதென்பது நன்கு புலனாகவில்லையா?

இனிச் சமயக் கல்வியிலே யல்லாமற் பிற கல்வித் துறைகளிலும் மேல்நாட்டவர் தமது பொருளை எத்தனை கோடிக்கணக்காய்ச் செலவு செய்கின்றார்களென்பதைச் சிறிதெண்ணிப் பாருங்கள்! மேல்நாட்டவர் இத் தமிழ் நாட்டில் வருவதற்குமுன் இங்கே உயர்ந்த பள்ளிக்கூடம் ஒன்றாயினும் இருநத்தா? திண்ணைப் பள்ளிக்கூடங்கள் சிலவே எங்கோ சில இடங்களில் வயிற்றுப் பிழைப்புக்கு இல்லா வாத்தியார்களால் நடத்தப்பட்டன; அவ் வாத்தியார்களிற் பொரும்பாலாருந் தமிழ் நன்கு கற்றறியாதவர். ஒரு சிறுவன் தமிழ் எழுத்துக்கள் எழுதப் படிக்கத் தெரிந்து கொள்வதற்கே நாலைந்து ஆண்டுகள் செல்லும். அக்காலத்தில் அச்சுப் புத்தகங்களே இல்லாமையால், உயர்ந்த தமிழ் நூல்களை எளிதிற்

பெற்றுப் பயில்வதற்கே இடமில்லாமற் போயிற்று. இவ் வொட்டுத் திண்ணைப் பள்ளிக்கூடங்களிலுந், தாழ்ந்த குலத்தவராக எண்ணப்படுவோர் சேர்ந்து படித்தல் இயலாது. அஞ்ஞான்றிருந்த தமிழ்ப் புலவர் சிலரும் பொருள் வருவாய்க்கு வழியில்லாமையாற், செல்வர் சிலரை யடுத்து அவரைப் பல வகையாலெல்லாம் புகழ்ந்துப் பாடிக் காலங் கழித்து வந்தார்கள். இவ்விரங்கத்தக்க நிலை இப்போதும் முற்றும் ஒழிந்து போயிற்று என்று சொல்லுதல் கூடாது. ஆனாலும், மேல்நாட்டவர் இந்நாட்டிற்கு வந்தபின், தமிழ் மக்கட்கும் பிறர்க்கும் விளைந்திருக்குங் கல்வி எவராலும் மறுக்க முடியா! அவர்கள் இன்னார்க்குக் கல்வி நலங்கள் கற்பிக்கலாம், இன்னார்க்குக் கல்வி கற்பிக்கலாகாது என்னும் வேற்றுமை சிறிதும் பாராதவர்களாய்க், கல்வி யெனும் சிந்தாமணி விளக்கை எல்லார் கையிலும் கொடுத்து, அறியாமை யென்னும் பேரிருளைக் கடந்து அறிவுலகத் துக்குச் செல்லும் ஒப்புயர்வற்ற வழியைக் காட்டி வருகின்றார்கள் அல்லரோ? பார்ப்பனக்குடி வேளாளக்குடிகள் இருக்கு மிடங்களிலே யன்றிப், பள்ளச்சேரி பறைச்சேரிகளிலும் அவர்கள் நெடுகப் பள்ளிக்கூடங்கள் அமைத்துக் கல்வியை யூட்டி எல்லார்க்கும் அறிவுக் கண்ணைத் திறப்பித்து வருதல் எவரும் அறிந்த தன்றோ?

இனி, நன்செய், புன்செய்ப் பயிர்களை விளைதற்குங், குளங் கூவல் கிணறுகள் வெட்டுதற்கும், வீடுகள் கட்டுதற்கும், ஆடு மாடுகள் மேய்த்தற்கும், இன்னுந் தமக்கு வேண்டிய எத்தனையோ வேலைகளெல்லாஞ் செய்வித்துக் கொள்ளுதற்கும் இவ்வேழைக் குடிமக்களைப் பயன்படுத்தி, அவ்வழியால் திரண்டு செல்வத்தை யடைந்து இனிது வாழும் நம் நாட்டு

அரசர்களுங் குறுநில மன்னர்களும் மடாதிபதிகளுஞ் செல்வர்களுமோ வென்றால், அவ்வேழைகளுக்கு ஒருவேளை நல்லுணவாவது அவர்கள் உடுத்துக கொள்ளுவதற்கு ஓர் ஆறுமுழத் துண்டாவது கொடுக்கின்றார்களா? இல்லை, இல்லை. அவர்கள் தமிழ் கற்பதற்கு ஒரு சிறு பள்ளிக்கூடமாவது வைத்து நடத்துகின்றார்களா? இல்லை, இல்லை. இது மட்டுமோ! அவ்வேழைகள் நம்மூர்த் தெரு வழியேயுஞ் செல்லல் ஆகாது, தாம் புழங்குத் தண்ணீர்த் துறைகளிலுந் தண்ணீர் முகக்கல் ஆகாது. "நான் பெரியவன், அவன் தாழ்ந்தவன். எனக்கு முதலில் திருநீறு துளசி கொடுக்க வேண்டும்; அவனுக்கு அப்புறங் கொடுக்க வேண்டும்" என்று தமக்குள்ளேயே தம் பெருமையைக் காட்டிக்கொள்ளத் தாம் செல்லுங் கோபுரவாயிலிலும் அவ்வேழை மக்கள் அணுகுதல் ஆகாது என்று அவர்களைத் துரத்தித் துரத்தி அடிக்கின்றார்கள். ஏதொரு தீங்குஞ் செய்யாது, எல்லா வகையிலும் நலங்களே செய்து, தம்மையுந், தம்மவரையும் இனிது வாழ வைக்கும் அவ்வெளிய மக்களுக்கு, மேற் குலத்தவராகத் தம்மைத் தாமே உயர்த்துச் சொல்லிக்கொள்ளும் மக்கட்போலிகள் எத்தகைய கைம்மாறு செய்கின்றார்கள்! பார்த்தீர்களா? அருளிரக்கமுடையார் சிலர், இம் மக்கட் போலிகளைப் பார்த்து, "உங்களுக்கு நன்மையே செய்யும் இவ்வேழைகளை ஏன் இங்ஙனம் வருத்துகின்றீர்கள்?" என்று கேட்டால், ஊரார் எவர்க்குந் தெரியாத வடமொயிற் பார்ப்பனர் தமது நன்மையையே கோரி, மற்றைப் பிறரை யெல்லாம் இழித்து, அவர்க்குத் தீது செய்யுந் தீய எண்ணத் தோடு எழுதி வைத்திருக்குங் கொடிய மிருதி நூற் கட்டளைகளையெல்லாம் எடுத்து வந்து முழுநீளங் காட்டி, "கடவுளே வேதத்தில் இப்படிச் சொல்லியிருக்கிறார், அப்படிச் சொல்லியிருக்கிறார்.

அவரவர் முற்பிறவியிற் செய்த வினைப்படிதானே இப்பிறவியில் மேற்குல கீழ்குலங்களிற் பிறந்து துன்புறவேண்டும்! அதற்கு நாம் என்ன செய்யலாம்!" என்று எளிதாகச் சொல்லி ஏமாற்றிவிடுகிறார்கள்.

"வடமொழி நூல்கள் நமக்கு உரியவைகள் அல்ல. நமக்குரிய எந்தப் பழைய தமிழ் நூல்களிலாவது இத்தகைய கொடுமையை நம் போன்ற மக்கட்குச், செய்யும்படி ஏதேனும் சொல்லியிருக்கின்றதா? நம் சைவ சமயாரியர்க ளெல்லாஞ் சாதி வேற்றுமை சிறிதும் பாராது நடந்தும் பாடியும் இருக்கின்றனரே; நம் ஆசிரியர் செய்த படியுஞ் சொல்லியபடியும் அல்லவா நாம் நடத்தல் வேண்டும்?" என்று அவ் வருளாளர் கேட்டால், "அவையெல்லாம் 'பக்தி மார்க்கத்தில் உள்ளார்க்குத் தகும்; "கர்ம மார்க்கத்திலுள்ள நமக்கு அவை தகா" என்கின்றார்கள். அதன்மேற், "பக்தி மார்க்கம் உயர்ந்ததா? தாழ்ந்ததா? அன்புநெறி அருள் நெறியைப் பரப்பிய நம் சமயாசரியர் கடைப்பிடித்து ஒழுகிய முறைப்படி நாம் நடப்பது நன்றா? தீதா? என்று வினவினால், அச்சாதி வெறி பிடித்த போலிகள், "சமயாசிரியர் எய்திய நிலை வரைக்கும் நாம் அவர்போல் நடத்தல் தீதாகும்" என்று விடை கூறுகின்றனர். அதுகேட்டு மீண்டும் அவ்வருட்செல்வர், "ஒற்றுமையின்மையால் வரும் பகைமை பொறாமையினாலும், அன்பு அருள் இன்மையால் வரும் வன்னெஞ்ச இறுமாப்பினாலும் பற்றப்பட்டிருக்கும் வரையில் மக்கள் சமயாசிரியர் நிலையினை யெய்தல் யாங்ஙனங் கைகூடும்?" என்று கேட்பின், அதற்கவர் விடைகூற மாட்டாமல் மெல்ல எழுந்து நழுவிப் போய் விடுகின்றனர். உண்மையான நோக்குங்காற், சாதி வெறியர்க்குத் தம் முடம்போடு அழிந்தொழியுஞ் சாதிதான் பெரிதாகக்

காணப்படுகின்றதே யன்றி, உடம்பிழியினுந் தான் அழியா தாய்த் தம்முயிரோடு உடன் வருஞ் சமயவறிவு பெரிதாகக் காணப்படவில்லை. தம் சமயாசிரியர் வழி நடவாத இவர்கள், தம்மைச் 'சைவர்' என்று உயர்த்துப் பேசிக் கொள்வதும், அவர் அருளிச் செய்த திருப்பதிகங்களை ஓதுவதும், அவரைப் பாராட்டிப் பேசுவதும் நகைப்புக்கே யிடமா யிருக்கின்றன. தமது சமயத்தினுந், தஞ்சாதியையே அவர்கள் மேலதாய்க் கருதுகின்றனர் என்பதற்கு அவர்கள் தஞ்சமயத்தவரல்லாத வைணவர் சிலர் தமக்கு உறவினராதல் பற்றி அவரோடு உண்ணல் கலத்தல்களைச் செய்தலே சான்றாகும். தம்முடைய சைவ வைணவ சமயந்துறந்து கிறித்துவ சமயம் புகுவாருஞ், சாதி வேற்றுமைக்கு எள்ளளவும் இடம் இல்லாத அக் கிறித்துவ சமயம் புகுந்த பின்னருந், நமது பாழ்த்த சாதிவேற்றுமையினை விடாப் பிடியாய்ப் பற்றிக்கொண்டு, தாம் இறைவனைத் தொழச் செல்லுந் திருக்கோயில்களிலுங் கலகம் விளைக்கின்றன ரென்றாற், சாதி யிறுமாப்பின் கொடுமையை என்னென்றெடுத்துரைப்பேம்! திருக்கோயில்களிலுஞ் சாதிவேற்றுமை பாராட்டி ஈர நெஞ்சமின்றி ஒருவரையொருவர் வெட்டிச் சாய்க்கக் கங்கனங் கட்டி முனைந்து நிற்கும் இவர்கள் தாமா ஆங்கில அரசை நீக்கித் தாமாக அரசாள வல்லவர்கள்? இங்ஙனந் தமக்குரிய சமய அறிவையுஞ் சமயாசிரியரையுஞ் சமயநூல்களையுஞ் சமயவொழுக்கங்களையும் பெரிதாகக் கருதாமற், நாம் பிறந்த சாதியையே அவை யெல்லாவற்றினும் பெரிதாகக் கருதி நடக்குந் தமிழர்கள் தமக்குரிய தமிழ் மொழியாலாயினும் உணர்ச்சி வாய்ந்தவர்களாய் இருக்கின்றார்களோவெனின், அப்படியும் இல்லை. தமிழர் பத்தாயிரம் பேரில் ஒருவர்

இருவர்க்கே சிறிது எழுத்துக்கூட்டிப் படிக்கத் தெரியும். தமிழறிவு செம்மையாக வாய்ந்தவர்களைத் தேடப் புகுந்தால், நூறாயிரவர்க்கு ஒருவர் இருவரே காணப்படுவர். இங்ஙனம் மிக அரியராய்க் காணப்படுந் தமிழ் கற்றாரிற் பெரும்பாலார்க்குள்ள அறிவு நிலையாவது, தமிழ் கல்லாத ஏனையோர்க்கு உள்ள அறிவு நிலையினுஞ் சிறந்ததாக காணப்படுகின்றதோ வென்றால், அப்படியும் இல்லை, கல்லாதவர்க்குள்ள சாதியிறுமாப்புங் மடமைக் கொள்கைகளுங் கற்றவரையும் விட்டு நீங்கியபாடில்லை. கற்றவருங் கல்லாதார்க் கிணங்கி அவர்வழிச் செல்லக் காண்கின்றோமேயன்றிக், கற்றவர் தாங் கற்ற கல்வியறிவாற் கல்லாதாரைத் திருத்தி அவரைத் தம் வழிபடுக்கக் காண்கின்றோம் இல்லை.

தமது தனிச் செந்தமிழ் மொழியில் அன்பு அறிவு அருளொழுக்கங்களை விரிக்கும் நூல்களும், அரசர்கள் அடியார்கள் கற்றவர்களின் உண்மை வரலாறுகளைத் தெரிக்கும் பாட்டுகள் காப்பியங்களும், இறைவனைக் கண்டு அவனைக் குழைந்து குழைந்து உருகிப் பாடிய சமயாசரியர் தந் திருப்பதிகங்களும் நிரம்பிக் கிடக்க, அவற்றின் அருமை பெருமையறியாமல், தமிழ் நூல் நலத்திற் றினையளவும் வாயாது பொய்யும் புரட்டுங் கொலை புலை கட் குடியும் மலிந்த ஆரிய நூல்களைத் தாம் சிறிதும் ஆய்ந்து பாராதிருந்தும், அவற்றை ‘வேதம்‘ ‘மிருதி‘, ‘இதிகாசம்‘, ‘புராணம்‘, என்று உயர்த்துப் பேசி, அவைதம்மை இறைவன் அருளிச் செய்தனவாகப் பாராட்டித் தாம் கற்ற தமிழையும் தமிழ் நூல்களையும் இழித்துப் பேசுந் தமிழ்ப் புலவரின் அறிவுநிலை எத்தகைய தென்பதை எண்ணிப் பாருங்கள்! தாம் கற்ற வடநூற் கல்வி உலகினர்க்குப் பயன்படாதென்பதை

நன்குணர்ந்திருந்துந், தாம் கல்லாத தமிழ் மொழிக் கல்வியே இந்நாட்டவர் முன்னேற்றத்திற்குப் பெரிதும் பயன்படுமென்பதை நெஞ்சாரத் தெரிந்திருந்தும், தாம் பயின்ற இருக்கு முதலான ஆரிய நூல்களிற் பல்வேறு சிறு தெய்வ வணக்கமும் மக்களின் நல்லொழுக்கத் துறைகட்கு ஆகாதனவும் வெறும் பொய்க்கதைகளும் நிறைந்திருத்தல் செவ்வனே அறிந்திருந்துந், தாம் பயிலாத ‘தொல்காப்பியம்‘, ‘சங்க இலக்கியம்‘, ‘திருக்குறள்‘, சிலப்பதிகாரம்‘, ‘தேவார திருவாசகம‘, ‘பெரிய புராணம்‘, ‘சிவஞான போதம்‘ முதலான அருந்தமிழ் நூல்களில் ஒரே முழுமுதற் கடவுள் வணக்கமும் மக்களின் நல்லொழுக்கத் துறைகட்கு இன்றியமையாது வேண்டுவனவும், உயர்ந்த உண்மை வரலாறுகளும் நிரம்பி விளங்கல் கேட்டிருந்தும், தாம் தமக்குரியவாகக் கருதியிருக்கும் வட நூல்களையே தெய்வ நூல்களாக உயர்த்திப் பேசித், தமக்குப் புறம்பாகத் தாம் கருதியிருக்குந் தமிழ் நூல்களையெல்லாம் மக்களிலுந் தாழ்ந்தவர்க் குரியவாக இழித்துப் பேசி, இந்நாட்டவர் முன்னேற்றத்திற்குப் பெருந்தடையாய் நிற்கும் ஆரிய மாந்தர்தம் அறிவுநிலை எத்தகைய தென்பதையும் எண்ணிப் பாருங்கள்!

இவ்வாறாக இத் தமிழ் நாட்டிலுள்ள கற்றவர்கள் நிலையும் நடுவுநிலை திறம்பியதாய், உண்மையை உள்ளபடி ஆராய்ந்துரைத்து மக்களை உண்மையறிவில் மேலேழச் செய்தலிற் சிறிதும் விருப்பு இல்லாமல் அவர் தம் முன்னேற்றத்திற்குப் பேரிடர் பயப்படுமாயிருத்தலை ஆழ்ந்து நினையல்லார்க்கு இந்நாட்டவரும் இவரிற் பலவகையில் வேறுபடாத வடநாட்டவரும் ஒருங்கு கெழுமித் தாமே தமது நாட்டை அரசு புரிதல் கனவிலுங் கைகூடாதென்பது நன்கு விளங்கா நிற்கும். இஃதிவ்வாறிருக்க,

இனி, மேல்நாட்டவரிற் கற்றாரின் அறிவு நிலையினைச் சிறிதெண்ணிப் பாருங்கள்! அவர்கள் தாம் பெற்ற செல்வ மெல்லாந் தமது கல்விப் பயிற்சிக்கே பயன்படுமாறு செய்து, தமது ஆங்கில மொழியை மிகத் திருத்தமாகவுந் தீஞ்சுவையுடையதாகவும் வழங்கி, அதன்கண் எல்லா வகையான கலை நூல்களையும் ஆழ்ந்தாராய்ந்து தெளிந்த அறிவான் நாளுநாளும் இயற்றி, உலகமெங்கணுந் தமது மொழிப் பயிற்சியை ஒளிரச் செய்து வருகின்றார்கள். அது மட்டுமோ! அவர்கள் அயல்நாட்டு மொழிகளையும் நன்கு பயின்று, அவற்றின் கண் உள்ள அரிய பெரிய நூல்களையும் தமது ஆங்கில மொழியில் திருப்பி, அவற்றின் உண்மைகளையும், நடுநிலை வழூவாது எடுத்துக் காட்டி, அவைகளும் இவ்வுலகமெங்கும் பரவிப் பயன் தருமாறு செய்கின்றார்கள். மற்று, நம் இந்திய நாட்டு மக்கட் பகுப்பினரோ தாந்தாம் வழங்கும் மொழியை யன்றித் தம்மிற் பிறவகுப்பினர் வழங்கும் மொழியையும் அதன்கண் உள்ள நூல்களையுங் கற்பதில் வேட்கை சிறிதுமில்லாராய் நிற்கும் அளவிலமையாது, அவற்றையும் அவற்றை வழங்கி வருவாரையும் இழித்துப் பேசியும் வாளா மாய்கின்றனர்.

இன்னும், மேல்நாட்டவர் தமக்குரிய கிறித்துவ சமய வுணர்ச்சியை இவ்வுலகமெங்கினும் பரவச் செய்தற்குத் தமது பொருளிற் பெரும்பகுதியை செலவிட்டு வருகின்றனரேயல்லாமல், தமது சமய வுணர்ச்சியை ஒரு கருவியாய்க் கொண்டு செல்வப் பொருளை அவர்கள் தேடித் தொகுத்தல் கண்டிலேம். மற்று, இந்நாட்டின்கண் உள்ள குருக்கள்மாரோ, இந்து சமயப் பெயரால் அளவிறந்த கிரியைகள் சடங்குகளை வகுத்துவைத்து,

அவற்றின் வாயிலாகச் செல்வர்கள் சிற்றரசர்கள் அரசர்களின் செல்வமெல்லாங் கவர்ந்து வருதலுடன், ஏழைக் குடிமக்கட்குரிய சிறு பொருளையு முறிஞ்சி அவர்களையும் வறுமைக்கு இரையாக்கி வருகின்றார்கள். ஒருவன் பிறந்த்து முதல் அவன் இறக்குமளவும், அவனும் அவனுக்குரியாருங் கடன் பட்டாயினுஞ் செய்து தீர்ந்து விடும்படியாக அவர்கள் கட்டிவைத்திருக்குங் கிரியைகளுயுஞ் சடங்குகளையும், அவற்றிற்காகச் செலவாகும் பொருட்டிரளையுங் கணக்கிட்டுப் பாருங்கள்! ஒருவன் செத்தவுடனாவது இக்கிரியைகள் ஒழிகின்றனவா? இல்லை, இல்லை. அவன் செத்த பத்தாம் நாளிலுங் கிரியை, ஒவ்வொரு திங்களிலும் மறைநிலா நாளிலுங் கிரியை, ஒவ்வோராண்டிலும் அவன் இறந்த நாளிலுங் கிரியை. இங்ஙனங், கருவாய் வயிற்றிலிருக்கும் போதும், மகவாய்ப் பிறந்து அறை கழிக்கும்போதும் ஆடையுடுக்கும் போதுங், காது குத்தும்போதும், பள்ளிக் கூடத்திற் புகும்போதும், மணஞ்செயும்போதும், மனைவியுடன் கூடும்போதும், அறுபதாம் ஆண்டு நிறையும்போதும், இறந்தபோதும், இறந்த பின்னருந் தொடர்பான செலவிற் கிரியைகளைச் செய்து செய்து, நம் தமிழ்மக்கள் வறுமையிற் கிடந்துழலுமாறு புரிந்து, அவர் தரும் பொருளாற் கொழுக்கத் தின்று இன்புற்று இரக்கமிலராய் வாழும் ஆரியக் குருக்கள்மார் தஞ் சூழ்ச்சியை எண்ணிப் பார்ப்போர் எவரேனும் உளரா?

இங்ஙனந் தொடர்பாகக் கிரியைகளைப் பற்றுமாறு கற்பித்து, அவற்றைத் தமிழர்கள் தாமே செய்யாமல் ஆரியராகிய தம்மைக்கொண்டே செய்வித்தல் வேண்டுமெனவும் வற்புறுத்தி, அவ்வாற்றால் தமிழர்கள் பொருளைப் பகற்கொள்ளை கொண்டு இனிது வாழும்

ஆரியக் குருக்கள், தாம் தமிழர் இல்லங்களில் அங்ஙனந் தொடர்பாகச் செய்துவைக்குங் கிரியைகளை அவர்க்கு விளங்கும்படியான தமிழ் மொழியிலாவது சொல்லிச் செய்து வைக்கிறார்களா? அதுவும் இல்லை. தமிழர்க்கு எள்ளளவுந் தெரியாத ஆரிய மொழிச் சொற்களை 'மந்திரங்கள்' என உயர்த்தி ஏமாற்றிச் சொல்லி அக்கிரியைகளைச் செய்பவர்களாய், அவர்களைப் பாவைபோல் ஆட்டி வைக்கிறார்கள். கடவுளைக் கண்டு பாடிய மாணிக்கவாசகர், திருஞானசம்பந்தர் முதலான தெய்வ ஆசிரியர்கள் அருளிச் செய்த தெய்வந் செந்தமிழ்த் திருப்பதிகங்களாந் தெய்வ மாமறை மந்திரங்கள் இருக்க, அவற்றை இழித்து ஒதுக்கி, இந் நாட்டவர்க்குத் தெரியாத வடமொழிச் சொற்களைச் சொல்லி அக்கிரியைகளைச் செய்யும் ஆரியக் குருமாரின் தீய எண்ணத்தைக் கண்டுணர்ந்து, அதனைப் பலரறியத் தெரிவிக்கும் அறிவாண்மை வாய்ந்தார் இத் தமிழரில் இல்லையே!

இன்னுஞ், சிவபிரான் திருக்கோயில்களில் வழிபாடு ஆற்றுங் குருக்கள்மார் தமிழரினத்தைச் சேர்ந்தவராயி ருந்தும், அத்திருக்கோயில்களுக்கு வந்து சிறப்பெல்லாம் அவைகள் சைவசமயாசிரியராற் பாடப் பெற்றிருப்பது பற்றியே யென்பதை அவர்கள் நன்குணர்ந்திருந்தும், அவர்கள் தேவார திருவாசகச் செந்தமிழ் மந்திரங்களைக் கொண்டு இறைவனுக்கு வழிபாடு செய்யாமல், தமிழ் மக்களுக்குச் சிறிதும் புலனாகாத வடமொழிச் சொற்களை மந்திரங்களென உயர்த்துச் சொல்லி, அவற்றைக் கொண்டே கோயில் வழிபாடு முழுதுஞ் செய்கின்றார்கள். ஈதென்ன கொடுமை பாருங்கள்! தமிழ்மொழி வழங்கும் இத்தென்னாட்டில், தமிழ் அரசர்களாலுந் தமிழர்களாலும் அமைக்கப்பட்டுச், சைவ சமயாசிரியர்களால் தமிழ்மொழியிலேயே சிறப்பித்துப்

பாடப்பெற்ற திருக்கோயில்களிலேயே, தமிழ் மந்திரங்களை வழங்காமற் செய்து, இத் தமிழ் நாட்டுக்கும் இங்கு வணங்கப்படுஞ் சிவபிரானுக்கும் அவனை வணங்குந் தமிழ் மக்களுக்கும் ஏதொரு தொடர்பும் இல்லாத, அவர்களுக்குச் சிறிதுந் தெரியாத வடமொழிச் சொற்களைக் கொணர்ந்து அவற்றைக் கொண்டே அத் திருக்கோயில்களில் எல்லா வழிபாடும் நடக்கும்படி செய்துவிட்ட பார்ப்பனர்தஞ் சூழச்சியையும் அஞ்சா நெஞ்சையும் ஆண்மையையும் எண்ணிப் பாருங்கள். இத் தமிழ் நாட்டின்கண் எத்தனையோ கோடிக்கணக்கான தமிழ்மக்களும், நூறாயிரக்கணக்கான செல்வர்களும், ஆயிரக்கணக்கான சிற்றரசர்களும் நூற்றுக்கணக்கான மடாதிபதிகளுந் தமிழ்ப் புலவர்களும் நிறைந்திருந்துத், "தமிழர்களாகிய எங்களுக்குரிய இத் திருக்கோயில்களில் தேவார திருவாசகச் செந்தமிழ் மாமந்திரங்களைக் கொண்டு வழிபாடு செய்யாமல், எங்களுக்குப் புறம்பான எங்களுக்குத் தெரியாத வடமொழியைக் கொண்டு ஏன் வழிபாடு செய்கின்றீர்கள்?" என்று கேட்ட ஆண்மையுடையவர் எவராவது நம் தமிழரில் உண்டா? இத்துணைப் பெரிய இத் தமிழ்நாட்டில், எத்தனையோ கோடிக்கணக்கான தமிழ் மக்கள் நிறைந்த இத் தென்னாட்டில், எல்லாம் வல்ல இறைவனை நேர்முகமாய்க் கண்டு திருப்பதிகங்கள அருளிச் செய்த தெய்வ ஆசிரியர் நிலவிய இத் தெய்வ நாட்டில், எல்லா இடங்களிலுஞ் சிறந்ததான தூயதான தெயவம் உறைவதான திருக்கோயிலிலேயே நம் தெய்வ ஆசிரியர் அருளிய தமிழ் மந்திரங்கள் நிலவாமல் அவற்றைப் புறந்தள்ளித், தெய்வத் தன்மை சிறிதுங் காணப்படாத வடமொழிச் சொற்களைக் கொணர்ந்து நுழைத்து, அவற்றைப் பெருமைப்படுத்தித் தேவார திருவாசகச்

செந்தமிழ் மாமறைகளைச் 'சூத்திரப் பாட்டு' என்று இழித்துப் பேசும் பார்ப்பனர்கள், எந்தக் காலத்திலாயினும் இந்நாட்டுக்குக் குடியரசு வருவதாயிருந்தால், அதன்கண்ணுந் தமக்கு ஆட்சியையும் ஆக்கத்தையும் நிலைப்படுத்தி, ஏனை மக்களையெல்லாம் அறிவில்லாத குருடர்களாக்கித் தமக்கு அடிமைப்படுத்தி வைத்திருப்பரேயல்லாமல், அவர்கட்கு ஏதொரு சிறிய உரிமையேனுங் கொடுப்பர் அல்லது கொடுக்க விரும்புவர் என்று கனவிலும் நினைக்கின்றீர்களா? நினையாதீர்கள்!

நமக்கு உயிரினுஞ் சிறந்த திருக்கோயில் முதல் அசியல் நிலைகள் கல்விக் கழகங்கள் கைத்தொழிற் சாலைகள் புகைவண்டி நிலையங்கள் உணவு விடுதிகள் மனக்களங்கள் பிணக்களங்கள் ஈறான எல்லா இடங்களிலும் ஆரியப் பார்ப்பனர்களே ஆட்சியுந் தலைமையும் உடையவர்களாயிருந்து, ஏனை வகுப்பினரின் முன்னேற்றத்திற்குப் பெருந்தடை விளைப்பவர்களாய் இருக்கின்றார்கள். ஏனை வகுப்பினர் எல்லாரும் ஒன்று சேர்ந்துவிடாதபடி அவர்கட்குள் பலவேறு சமயப் பிரிவு சாதிப்பிரிவுகளையுண்டாக்கி, அவ் வொவ்வொரு பிரிவினருந் தத்தஞ் சமயமே தத்தஞ் சாதியே யுயர்ந்ததென்று சொல்லி ஒருவரை யொருவர் பகைத்துப் போராட வைத்து, அப்போராட்டத்திற்கு இடமாக இராமன் கதை, கண்ணன் கதை, கந்தன் கதை, விநாயகன் கதை, காளி கதை முதலிய பல்வேறு கட்டுக் கதைகளைத் தமது வடமொழியில் உண்டாக்கி வைத்து, அவற்றை இராமாயணம் பாரதம் பாகவதம் காந்தம் முதலிய புராணங்களாக உயர்த்து வழங்கி, அவை தம்மை மற்றையெல்லா வகுப்பினருங் குருட்டு நம்பிக்கையால் விடாப்பிடியாய்ப் பிடித்துக் கொள்ளும்படி

செய்துவிட்டார்கள். தமிழரில் ஆராய்ச்சியறிவுடையார் எவரேனுந் தமிழ் மக்கள் இங்ஙனங் குருட்டு நம்பிக்கையால் அழிந்து போவதைக் கண்டு இரங்கி, "இப்பார்ப்பனக் கட்டான கதைகளை நம்ப வேண்டாம். அறிவு விளக்கத்திற்குந் தூய ஒழுக்கத்திற்கும் உதவி செய்யும் உயர்ந்த தமிழ் நூல்களை ஆராய்ந்து பயிலுங்கள்! "குலமும் ஒன்றே, குடியும் ஒன்றே, வழிபடு தெய்வமும் ஒன்றே" என்று பொதுமக்கட்கு அறிவு தெருட்ட முன்வருவாராயின், உடனே அப்பார்ப்பன ரெல்லாரும் ஒரேமுகமாய் நின்று, அவரை 'நாத்திகர்', 'பிராமண நிந்தகர்', 'வேத நிந்தகர்', என்று பலரறியத் தூற்றி, அவரது அறிவுரை எவரது செவியிலும் ஏறாமற் செய்வதுடன், அவரது வாழ்க்கைக்கும் பல வழியில் தீங்கிழிக்கின்றார்கள். மற்றை வகுப்பினரிற் செல்வமுடையவர்கள் எவர் இருப்பினும், அவரைப் பார்ப்பனர்கள் சூழ்ந்துகொண்டு, அவரது பொருளைப் பல வகையில் உறிஞ்சிவிடுவதொடு, தமிழறிஞரின் அறிவுரை அச்செல்வர்களின் செவியுள் நுழையாதபடிக்கும் மிக விழிப்பான இருந்து தடை புரிந்து விடுகின்றார்கள். அதனால், இத்தமிழ் நாட்டிலுள்ள செல்வர்களின் பெரும்பொருள் தமிழ் மக்களின் அறிவு விளக்கத்திற்கும் அவர் தம் நல்வாழ்க்கைக்குஞ் சிறிதும் பயன்படாமற் போகின்றது. ஊர்கடோறும், நகரங்கடோறும் 'இராமயணம்' முதலான கட்டுக்கதைப் 'பிரசங்கம்' நடைபெறச் செய்து, அதன் வாயிலாக ஊரவர் பொருளை எளிதிற் கவர்ந்து கொள்வதுடன், அவ் வறிவில்லா மக்கள் உள்ளத்தில் தம்மையுந், தம்முடைய நூல்களையுந் 'தேவர்' என்றுந் தேவர்க்குரிய 'வேதங்கள்' என்றும் நம்பும் அசையாக் குருட்டு நம்பிக்கையும் பதியச் செய்து, அவ்வாற்றால் தம்முடைய ஆட்சியையும் முதன்மையையும் ஆரியப்

பார்ப்பனர்கள் எங்கும் நிலை நாட்டி விட்டார்கள்; இன்னும் அம்முயற்சியை நடத்தியே வருகின்றார்கள். ஆங்கில நன்மக்கள் ஆங்காங்கு வைத்து நடத்தும் பள்ளிக்கூடங்களிற் கற்குந் தமிழ் மாணவரின் தமிழ்ப் பாடங்களிலெல்லாந் தம்முடைய புராணக் கட்டுக் கதைகளை நுழைத்து, இளமைப் பருவத்திலேயே அவை நம் சிறார் உள்ளத்திற் பசுமரத்தாணி போல் இறுக்கமாகப் பதியவைக்கின்றார்கள். இவர்கள் இத்தமிழ் நாட்டைப் பாழ்படுத்தும் இவ்வுளவுகளை, உயர்நிலை களிலுள்ள தமிழறிஞர் நன்கறிந்து வைத்துந் தமக்கு வரும் பொருள் வருவாயையோ தமது நிலையுர்வையோ மேலதாக்கருதி, அவரிழைக்குந் தீங்குகட்கல்லாந் தாமும், உடந்தையாய் நின்று நம் அருமைச் சிறாரறிவைப் பாழாக்கி விடுகின்றனர்! இன்னும் இங்ஙனமே பார்ப்பனர்களாலும், அவர்களைப் பின்பற்றி அவர்களைப்போல் நடக்கும் ஒழுகலாறுகள் உடையராய் வட மொழிக்கும் வட நூல்கட்கும் ஏற்றஞ்சொல்லித் தமிழையுந் தமிழ் நூல்களையும் புறத்தொதுக்கி நடக்குஞ் சைவ வைணவர்களாலும் இந் நாட்டுக்கு விளைந்திருக்கின்ற தீமைகளை யெல்லாம் எடுத்துரைக்கப் புகுந்தால் இவ்வேடு இடங்கொள்ளாது.

ஆதலால், இந்நாட்டுக்கு நலந்தேடுபவராக வெளிவருந் தலைவர்கள் உண்மையாகவே தாம் நலஞ் செய்பவர்களாயிருந்தால், இப்போதுள்ள மிக இரங்கத்தக்க நிலையில் நம் குடிமக்களை, நம் ஆங்கில அரசுக்கு மாறாக கிளப்பி விட்டு, அவர்களையும் அவர்களின் வாழ்க்கையையும் பாழ்படுத்துஞ் செயலை விடுத்து, யாங் கூறும் நன் முயற்சிகளை விடாப்பிடியாய்ச் செய்து, அவர்களை ஆராய்ச்சியறிவிலும் இன்ப ஒருமை

வாழ்க்கையிலும் பயன்படு முயற்சியிலும் முன்னேறுமாறு உதவி புரிதல் வேண்டும்.

முதலாவதாக, ஊர்கடோறும் நகரந்தோறுந் தமிழ்ப் பள்ளிக்கூடங்கள் திறப்பித்துச், செல்வர்கள் வீட்டுப் பிள்ளைகளைத் தவிர மற்றை எல்லாப் பிள்ளைகளும் பொருட் செலவின்றித் தனித்தமிழ் கற்கும்படி செய்தல் வேண்டும். அவர்கட்குக் கற்பிக்கும் நூல்களிற் ஆரியக் கட்டுக்கதைகள் சிறிதும் விரவல் ஆகாது. ஒழுக்க முறைகளும், இயற்கைப் பொருன் இயல்புகளுஞ், சிற்றுயிர்களின் தன்மைகளும், ஆண்மையிற் சிறந்தாரின் வரலாறுகளும், மக்களின் நாகரிக வரலாறுகளும், உழவு வாணிகம் கைத்தொழில்கள் செய்யும் முறைகளுங், கடவுளின் றன்மைகளுந், கடவுளைக் கண்டு பாடிய சான்றோர் வரலாறுகளும், உண்மையாராயும் முறைகளும், இன்னும் இவை போன்றவைகளுமே அந்தந்த வகுப்புக்குத் தக்கபடி செந்தமிழில் எழுதப்படல் வேண்டும்.

இரண்டாவது: தமிழ் கற்ற அறிஞர்களை ஆராய்ச்சி முறையிற் பயிற்றி ஊர்கடோறும் விடுத்துப் பொதுமக்கட்கு மேற்கூறிய பொருள்களை விளங்க எடுத்துச் சொல்லி, அவர்கள் நல்லறிவு பெறுமாறு செய்வித்தல் வேண்டும். ஊனுணவு ஒழித்தவர் ஊனுணவு ஒழியாதவர் என்னும் இருபிரிவினரன்றி, வேறு எவ்வகைச் சாதிப் பிரிவுஞ் சமயப்பிரிவும் இல்லாமல் ஒழித்தல் வேண்டும். பிறப்பு இறப்பு இல்லா எல்லாம் வல்ல ஒரு முழுமுதற் கடவுளையே எல்லாரும் வணங்கும்படி செய்வித்தல் வேண்டும். பிறந்து இறந்த உயிர்களைத் தெய்வங்களாக வணங்குஞ் சிறு தேவதை

வணக்கத்தையும், அவைகளுக்கு இடும் உயிர்ப்பலியையும் அறவே ஒழித்தல் வேண்டும்.

மூன்றாவது: மேற்குறித்த நன்முயற்சிகளைச் செய்து அவற்றால் விளையும் நலன்களை நிலைபெறுத்துதற்கு ஏராளமான பொருள்வேண்டி யிருக்குமாதலால், வீணே கோடிகோடியான பொருட்டிரளை வைத்துக்கொண்டு அவற்றை மேற்குறித்த நன்முயற்சிகளுக்கு பயன்படுத்தாமல் இறுமாந்து கிடக்குஞ் சிற்றரசர்களுஞ் செல்வர்களும் மடத்தலைவர்களும் அப் பெரும்பொருட்டிரளில் ஒரு சிறு பகுதியை மட்டுந் தமக்கு எடுத்துக் கொண்டு, மற்றைப் பெரும்பகுதியைக் குறிப்பிட்ட முயற்சிகளுக்குக் கொடுத்துவிடுமாறு, எந்தெந்த வகையில் முயலல் வேண்டுமோ அந்தந்த வகையா லெல்லாங் கடைப் பிடியாய் நின்று முயலல் வேண்டும். முயன்று பெற்ற பொருளை இந்த முயற்சிகளுக்குப் பயன்படுத்துவதிலும் மிக விழிப்பாயிருத்தல் வேண்டும். இங்ஙனம் ஒழுங்கான முறையில், நம் நாட்டவர்கட்கு உண்மையாகவே நலந்தரு முறையில், தலைவர்களாக வருவோர் தமது அரும்பெரும் முயற்சியைப் பயன் படுத்துவாராக வென்று எல்லாம் வல்ல இறைவனை வேண்டுகின்றோம்.

★ ★ ★

9 788198 818270

Printed at Repro India Ltd.